# വെൽകം റ്റു കൊച്ചി

CRIME THRILLER NOVEL

വിനോദ് നാരായണന്

Copyright © Vinod Narayanan
All Rights Reserved.

This book has been self-published with all reasonable efforts taken to make the material error-free by the author. No part of this book shall be used, reproduced in any manner whatsoever without written permission from the author, except in the case of brief quotations embodied in critical articles and reviews.

The Author of this book is solely responsible and liable for its content including but not limited to the views, representations, descriptions, statements, information, opinions and references ["Content"]. The Content of this book shall not constitute or be construed or deemed to reflect the opinion or expression of the Publisher or Editor. Neither the Publisher nor Editor endorse or approve the Content of this book or guarantee the reliability, accuracy or completeness of the Content published herein and do not make any representations or warranties of any kind, express or implied, including but not limited to the implied warranties of merchantability, fitness for a particular purpose. The Publisher and Editor shall not be liable whatsoever for any errors, omissions, whether such errors or omissions result from negligence, accident, or any other cause or claims for loss or damages of any kind, including without limitation, indirect or consequential loss or damage arising out of use, inability to use, or about the reliability, accuracy or sufficiency of the information contained in this book.

Made with ♥ on the Notion Press Platform
www.notionpress.com

മലയാളം ക്രൈം ത്രില്ലർ പ്രേമികൾക്കായി ഒരു ചെറിയ നോവൽ

# ഉള്ളടക്കം




# ഉള്ളടക്കം

ആമുഖം … vii

കടപ്പാട് … ix

1. അധ്യായം 1 … 1

2. അധ്യായം 2 … 6

3. അധ്യായം 3 … 12

4. അധ്യായം 4 … 19

5. അധ്യായം 5 … 22

6. അധ്യായം 6 … 24

7. അധ്യായം 7 … 31

# ആമുഖം

മെട്രോപോളിറ്റൻ നഗരമായ കൊച്ചിയുടെ ഉൾത്തളങ്ങളിൽ അരങ്ങുവാഴുന്ന സമ്പന്നതയുടെ മറുമുഖത്തിന്റെ കാഴ്ചയാണ് ഇവിടെ വെളിപ്പെടുന്നത്.

നഗരത്തിലെ പ്രമുഖ വാർത്താ ചാനലിന്റെ വനിതാ റിപ്പോർട്ടർമാരായ അൻസുലയും ലൈലയും ഒരു സെക്സ് റാക്കറ്റിനെ കുടുക്കുന്നതിന് സ്റ്റിങ് ഓപ്പറേഷൻ മുഖേന വല വിരിക്കുന്നു.

ആ ഇൻവെസ്റ്റിഗേഷന്റെ ക്ലൈമാക്സ് ചൂടുപിടിച്ചതും സ്ഫോടനാത്മകവുമായിരുന്നു.

ഒരു സെക്സ് റാക്കറ്റിന്റെ കാണാച്ചരടുകൾ തേടിയുള്ള യാത്ര.

# കടപ്പാട്

എന്റെ സുഹൃത്തായ പ്രിയപ്പെട്ട പത്രപ്രവർത്തകയോട്

• ix •

# 1

## അധ്യായം 1

കൊച്ചി പനമ്പിള്ളി നഗറിലെ അപ്പാർട്ട്മെന്റിൽ നിന്ന് തിരക്ക് പിടിച്ച് ഇറങ്ങുമ്പോൾ അൻസുലയുടെ മൊബൈൽ ശബ്ദിച്ചു.

തിടുക്കത്തിൽ ലിഫ്റ്റിൽ കയറി ജി ബട്ടണിൽ വിരലമർത്തിക്കൊണ്ട് അവൾ കോൾ അറ്റൻഡ് ചെയ്തു.

"നീ ഇറങ്ങിയില്ലേ ചക്കരേ..?"

മറുവശത്ത് നിന്ന് അക്ഷമ നിറഞ്ഞ ശബ്ദം.

സഹപ്രവർത്തക ലൈലയാണ്.

അൻസുല ചാനലിൽ ജോയിൻ ചെയ്തിട്ട് രണ്ടു മാസമേ ആയുള്ളൂ. ലൈലയാണ് ഇപ്പോൾ പ്രധാന ചങ്ങാതി.

"ദാ ഇറങ്ങി ബേബി. കൊച്ചിനെ ഡേ കെയറിലാക്കിയതുകൊണ്ടാണ് വൈകിയത്. അന്നാ സ്വീറ്റിയാണ് പണി പറ്റിച്ചത്.."

"അതാരാടി അന്നാ സ്വീറ്റി?"

"ഞങ്ങടെ സർവന്റ്."

"ഓ അവള് വെറും അന്നമ്മയല്ലായിരുന്നോ പെട്ടെന്ന് അന്നാസ്വീറ്റിയായയോ?"

"അവള് പേര് മാറ്റി. പഴയ പേരിന് ഒരു ഗുമ്മില്ലെന്ന്. ഇപ്പോ ഇതാ ട്രെൻഡെന്ന്. ഒരാഴ്ചയായി വിളിച്ച് ശീലമായി. ഇനി വിളിച്ചില്ലേൽ അമ്പത്തഞ്ചുവയസിന്റെ തെറി മുഴുവൻ കേൾക്കണം. പിന്നെ ഒരു വനിതയല്ലേ. നമ്മള് മാധ്യമപ്രവർത്തകകൾ പണ്ടേ ഫെമിനിച്ചികളാണല്ലോ. അതുകൊണ്ട് അംഗീകരിച്ചുകൊടുത്തു. എന്റെ കെട്ട്യോനുപോലും കൊടുക്കാത്ത സ്വാതന്ത്ര്യമാണ്. ആദ്യ രാത്രി

അങ്ങേര് പറഞ്ഞു രതീഷേട്ടാ എന്ന് വിളിക്കണമെന്ന്. ഞാൻ പറഞ്ഞു നടക്കില്ലെന്ന്. ഞാനിപ്പോളും അയാളെ 'എടാ രതീഷേ' എന്നാ വിളിക്കുന്നത്."

ലിഫ്റ്റ് ഗ്രൗണ്ട് ഫ്ളോറിലെത്തി തുറന്നു.

അൻസുല ഫോൺ കാതിൽ നിന്നെടുക്കാതെ ബാഗിൽ നിന്ന് കാറിന്റെ കീ തപ്പിയെടുത്ത് പാർക്കിങ്ങിലേക്കോടി.

റിമോട്ട് കീ ഞെക്കിയപ്പോൾ നിരന്നു കിടക്കുന്ന കാറുകൾക്കിടയിൽ നിന്ന് നീല മെറ്റാലിക് നിറമുള്ള ഇഗ്നിസ് കാർ ഒച്ചയുണ്ടാക്കി ലൈറ്റുകൾ മിന്നിച്ച് റെഡിയായി നിന്നു.

" നീയെവിടെയാടി ലൈലാ നിൽക്കുന്നേ?"

" ഞാൻ മനോരമ ജംഗ്ഷനിലുണ്ട്."

അൻസുല കാർ മുന്നോട്ടെടുത്തു.

ദക്ഷിണാഫ്രിക്കൻ രാജ്യങ്ങളിലെ പട്ടാള ജനറൽമാരെ ഓർമ്മിപ്പിക്കുന്ന യൂണിഫോം അണിഞ്ഞ സെക്യൂരിറ്റി ഓടി വന്ന് പാർക്കിങ്ങ് വാതായനം തുറന്നുകൊടുത്തു.

അയാളെ കണ്ടപ്പോൾ അൻസുലക്ക് ചിരി വന്നു.

പട്ടാള ജനറൽമാരോട് വൈരാഗ്യമുള്ള ആരോ ആണ് ഇങ്ങേർക്ക് ഈ യൂണിഫോം കൊടുത്തത്.

ഒരു പക്ഷേ റസിഡൻസ് അസോസിയേഷൻ സെക്രട്ടറി വിമലാമേനോന്റെ പണിയാകും.

വിമൻസ് ക്ലബിലെ അവരുടെ പ്രധാനപ്രതിയോഗി ഗാനാവാര്യരുടെ ഹസ്ബന്റ് ഒരു മേജറാണ്.

അവർക്കിട്ട് പണിതതാണ് വിമലാമേനോൻ.

അപ്പോൾ ബാഗിൽ കിടന്ന് വേറൊരു മൊബൈൽ ചിലച്ചു.

അൻസുല കൈ നീട്ടി മൊബൈലെടുത്തു.

മാഡമാണ്.

" കാര്യങ്ങളെല്ലാം ഓക്കെയല്ലേ. വിനീഷും പ്രതീഷും സഹായത്തിനുണ്ടാകും. ഓപി വാൻ വെളിയിൽ കിടക്കുന്നുണ്ട്. പറഞ്ഞതുപോലെ സ്റ്റിങ്ങ് ഓപ്പറേഷനാണ്. വിഷയം പെൺവാണിഭമാണെന്നോർമ വേണം. സംഭവം എക്സ്ക്ലുസിവ് ലൈവാണ്. വിഷ്വൽ ഒരിടത്തും ബ്രേക്ക് ആവരുത്. ലൈല ഒപ്പമുണ്ടാകുമല്ലോ അല്ലേ..?"

" ഓക്കേ മാഡം."

കൊച്ചി നഗരത്തിൽ പെരുകി വരുന്ന പെൺവാണിഭത്തെക്കുറിച്ച് ഒരു ഡീറ്റെയ്ൽഡ് എക്സ്ക്ലൂസൂവ് ന്യൂസ് സ്റ്റോറിയാണ് ലക്ഷ്യം.

ഓപ്പൺ എക്സ് എന്ന ഒരു ഓൺലൈൻ ടീമാണ് വില്ലന്മാർ.

വീട്ടമ്മമാർ, കോളജ് പെൺകുട്ടികൾ, ഉദ്യോഗസ്ഥകൾ എന്നിവരെല്ലാം അവരുടെ ഇരകളാണ്.

ഇരകൾ എന്നുവച്ചാൽ അവരുടെ വെബ്സൈറ്റിൽ കയറി സ്വയം രജിസ്റ്റർ ചെയ്ത് സ്വയം ഇരകളാവുന്നവരാണ്.

കസ്റ്റമർമാരായ പുരുഷന്മാരും അതിൽ രജിസ്റ്റർ ചെയ്യും.

പരസ്പരം അറിയുകയോ തമ്മിൽ കാണുകയോ നിർബന്ധമല്ല.

വേശ്യയും കസ്റ്റമറും ഒരു നിശ്ചിത ഫീസ് വെബ്സൈറ്റിലടക്കണം.

അതാണ് മാമാക്കൂലി.

അവരുടെ ലാഭം അതാണ്.

പിന്നെ അവരുമായി ടൈ അപ്പുള്ള അഞ്ചാറ് ഹോട്ടലുകൾ ഉണ്ട്.

അവിടെ മുറി ബുക്ക് ചെയ്യാം. ചെല്ലാം. സംഗതി നടത്താം.

കാശുമായി തിരികെ പോരാം.

നിരവധി സ്ത്രീകൾ ഇങ്ങനെ പണം സമ്പാദിക്കുന്നുണ്ട്.

ചിലർക്ക് നിത്യത്തൊഴിൽ.

ചിലർക്ക് എക്സ്ട്രാ വരുമാനം.

പുരോഗമനകാലഘട്ടത്തിൽ ഇതൊക്കെ എതിർക്കപ്പെടണമോ എന്ന് ചോദിച്ചാൽ ചാനലിന് ഉത്തരമുണ്ടാവില്ല.

ഒരു ആണിനും പെണ്ണിനും ഭോഗിക്കാൻ അവസരമുണ്ടാക്കിക്കൊടുക്കുന്നത് ഒരു തെറ്റാണോ.

വിവാഹിതരാണെങ്കിൽപ്പോലും സ്ത്രീയുടേയും പുരുഷന്റേയും ലൈംഗിക സ്വാതന്ത്ര്യം ഭരണഘടനാപരമായി അംഗീകരിക്കപ്പെട്ടതാണ്.

പക്ഷേ ന്യൂസിന് ന്യൂസ് തന്നെ വേണമല്ലോ.

ന്യൂസ് ഒന്നും ഇല്ലാതെ ചാനലുകൾ നത്തും കുത്തിയിരിക്കുമ്പോൾ സദാചാരലംഘകയായ മാഡത്തിന് തോന്നിയ ബുദ്ധിയാണ് ഈ സദാചാരപ്പോലീസ് പണി.

ലൈല മനോരമ ജംഗ്ഷനിൽ കാത്തു നിൽക്കുന്നുണ്ടായിരുന്നു.

പതിവുപോലെ കണ്ണിൽ കുത്തുന്ന വേഷവിധാനമായിരുന്നു ലൈലയുടേത്.

ഇരുകിയ സിഗ്നൽ റെഡ് ലെഗ്ഗിങ്ങ്സ്.

ഇരുകിയ ലെമൺ മഞ്ഞ ടോപ്പ്.

മുലകളുടെ ആകൃതി കൃത്യമായി കാണാം.

തുടകളെ വരിഞ്ഞുമുറുക്കിയ ചുവന്ന ലഗ്ഗിൻസിനുള്ളിലേക്ക് ടോപ്പ് തിരുകി വച്ചിരിക്കുന്നു.

പൂർത്തിയായി.

ലൈല ഓടി വന്ന് കാറിൽ കയറിയപ്പോൾ അൻസുല പരിഭ്രമത്തോടെ ചുറ്റും നോക്കി.

കാര്യം ഫെമിനിച്ചിയാണെങ്കിലും തനിക്ക് നാണമായിട്ട് വയ്യ.

ആളുകൾ നോക്കുന്നുണ്ട്.

അൻസുല പറഞ്ഞു:

" ഈ സ്റ്റിങ്ങ് ഓപ്പറേഷന് നീ പോകുന്നതാണ് നല്ലത്."

" അതെന്താടി നിനക്ക് കോൺഫിഡൻസ് ഇല്ലേ?"

" അയ്യോ അതല്ല. നിന്നെ കണ്ടിട്ട് ശരിക്കും മറ്റേ ലുക്ക് ഉണ്ട്. എന്റെ പേടി അതല്ല വല്ല മഫ്തി സദാചാര പോലീസും കാറിന് പിന്നാലെ വരുമോന്നുള്ളതാ."

" പോടി ..പോടി .. അവർക്ക് വെടികളെ തിരിച്ചറിയാം."

" പിന്നേ..എങ്ങനാന്നാണ്...പണ്ടായിരുന്നു സെറ്റു മുണ്ടും ഉടുത്ത് അത്തറും പൂശി മുല്ലപ്പൂവും ചൂടി നടക്കണ ഐറ്റങ്ങള് ഉണ്ടായിരുന്നത്. ഇന്നതല്ല സ്ഥിതി. ആരേയും തിരിച്ചറിയില്ല. കണ്ടാൽ തറവാടിയാണെന്നേ തോന്നൂ. കോളജ് സ്റ്റുഡൻസ്, ഉദ്യോഗസ്ഥര്, വീട്ടമ്മമാര്, ഒക്കെ ഫീൽഡിലാ.. അതിന്റേടേലാണ് അവളുടെയൊരു ചുവന്ന ലഗ്ഗിങ്സ്."

" പിന്നേ പറി. നീ എന്റെ കാലിന്റേടേലേക്ക് നോക്കാതെ നേരേ നോക്കി വണ്ടിയോടിക്കെടി."

ലൈല അവളുടെ ബ്രൈറ്റ് പിങ്ക് വാനിറ്റി ബാഗിൽ നിന്ന് വിചിത്രാകൃതിയിലുള്ള ഒരു കളർഫുൾ മൊബൈൽഫോണെടുത്ത് ഞെക്കി.

" ആ നൂഹേ, നീ എഴുന്നേറ്റില്ലേടാ. ഫിഡ്ജിൽ ചിക്കനൊണ്ട്. ഇന്നലത്തെ പിസയൊണ്ട്. അത് വേണ്ടങ്കില് ബ്രഡും മൊട്ടയുമുണ്ട്.

എന്താന്നുവച്ചാ കഴിക്ക്. ഓാ പിന്നെ ഞങ്ങടെ ന്യൂസ് ചാനൽ തന്നെ ടീവില് വച്ചോളണം. ഓൺലൈൻ പെൺവാണിഭത്തെ കുറിച്ച് ലൈവ് സ്റ്റിങ്ങ് ഓാപ്പറേഷനാണ്. എന്റെ വർക്കിങ്ങ് മേറ്റ് അൻസുലയാണ് ഓാപ്പറേഷന് പോകുന്നത്. അതെ. പ്രോസ്റ്റിറ്റ്യൂട്ടായിട്ട്.. അവളുടെ സീൻ കണ്ട് നീ കമ്പിയടിച്ച് വാണം വിടരുത്..ഓാക്കെ."

അൻസുല കൈകൊണ്ട് അഞ്ചാറുവട്ടം തലയ്ക്കടിച്ചു.

" എടീ മൈരേ, നിനക്കിത്തിരിയെങ്കിലും മൂളയുണ്ടോ. നീ ഇതൊക്കെ വിളിച്ചുപറയാൻ പോയതെന്തിനാണ്?"

" പറഞ്ഞാലെന്താ കൊഴപ്പം. എന്റെ കെട്ട്യോനല്ലേ?"

" ആ ഊള ഈ വിവരം ഫേസ്ബുക്കിലോ വാട്ട്സാപ്പിലോ ഇട്ടാൽ എല്ലാം കുളമാവില്ലേ?"

" അത് സാരമില്ല. ഞാനിപ്പം ശരിയാക്കാം."

ലൈല ഉടൻതന്നെ ഫോൺ വിളിച്ചു.

" എടാ ഊളേ, ഞാൻ പറഞ്ഞത് നീ സീക്രട്ടാക്കി വയ്ക്കണം. പിന്നെ ഞാൻ പറഞ്ഞല്ലോ ഒറ്റക്കിരുന്ന് വാണം വിടരുത് ബ്ലഡി ഫൂള്."

" നിനക്ക് നാണമില്ലേ ലൈലേ?"

" ഞാനെന്തിനാ നാണിക്കുന്നേ. ഒരു കാര്യമല്ലേ പറഞ്ഞേ. കാര്യം എന്റെ കെട്ട്യോനറിയാം. പിന്നെ നീയല്ലേ കേട്ടത്. അതെനിക്ക് പുല്ലാണ്."

" ഇടയ്ക്ക് അയാൾക്ക് ഒരു സ്പേസൊക്കെ കൊടുക്കണം നീയ്. അല്ലേല് അങ്ങനെ വാണം വിട്ടോണ്ടിരിക്കും."

" നമ്മൾ പെണ്ണുങ്ങൾ നമ്മടാണുങ്ങൾക്ക് വയറു നിറയെ തീറ്റ കൊടുക്കരുത്. വിലയുണ്ടാവില്ല. പട്ടിണിക്കിടണം."

" അപ്പോ നിന്റെ കഴപ്പ് ആരുടെ ദേഹത്ത് തീർക്കും?"

" എന്റെ കഴപ്പ് തീർക്കാൻ ഒരുപാട് മൈരുകള് കാത്തുകെട്ടിക്കിടക്കുവല്ലേ. നീ വണ്ടിയോടിക്ക് മോളേ അൻസുലേ."

അൻസുല ഒരു ദീർഘനിശ്വാസമുതിർത്തു.

# 2

# അധ്യായം 2

അൻസുല കാറ് എം.ജി റോഡിലൂടെ പായിച്ചു.

വലിയ ബ്ലോക്കൊന്നും ഉണ്ടായിരുന്നില്ല.

കാർ പത്തുമിനിറ്റിനുള്ളിൽ മറൈൻ ഡ്രൈവിലെത്തി.

നാഷണൽ ബുക്ക് സ്റ്റാൾ ബിൽഡിങ്ങിന്റെ വെളിയിൽ ഒരു വശത്ത് ചാനലിന്റെ ഓപി വാൻ പാർക്ക് ചെയ്തിരുന്നു.

കാർ ബുക്ക് സ്റ്റാളിന്റെ പാർക്കിങ്ങ് ഏരിയായിലേക്ക് കയറ്റിയിട്ടിട്ട് അൻസുലയും ലൈലയും ഓടി ഓപിവാനിൽ കയറി.

ഓൺലൈൻ എഡിറ്റർ പ്രതീഷും ഓപിവാൻ ഓപറേറ്റർ സുമേഷും വാനിലുണ്ടായിരുന്നു.

വാനിലെ മേക്കപ്പ് കോർണറിൽ അൻസുല മേക്കപ്പിനിരുന്നു.

പ്രതീഷ് പറഞ്ഞു:

" വേഗമാകട്ടെ ചേച്ചി. ഒരു മറ്റേ ലുക്ക് വരുത്ത്."

" എന്ത് ലുക്ക്?"

അൻസുല ചൊടിച്ചു.

ലൈല ചാടി മറുപടി പറഞ്ഞു.

" വെടിലുക്ക് എന്നാണ് ഇവൻ ഉദ്ദേശിച്ചത്. അത് ഇവൾക്ക് നേരത്തേ തന്നെയുള്ളതാണല്ലോ."

" ദേ ലൈലേ..?"

അൻസുലക്ക് ദേഷ്യം വന്നു.

പയ്യൻസിന്റെ മുന്നിൽ വച്ച് ലൈല പറയുന്നത് അവൾക്ക് പിടിച്ചില്ല.

പ്രതീഷ് സ്പൈ ക്യാമുകൾ എടുത്ത് അൻസുലയുടെ ഡ്രെസ്സിൽ ഫിറ്റ് ചെയ്തു.

ഒരെണ്ണം കുർത്തയുടെ നെഞ്ചത്തെ ബട്ടണിൽ പിടിപ്പിച്ചു.

അവിടെ സ്പൈ ക്യം ഫിറ്റ് ചെയ്തപ്പോൾ പ്രതീഷ്, അൻസുലയുടെ മുലയിൽ അറിയാതെയെന്നോണം ഒന്നമർത്തി.

ലൈല അതു കണ്ടു.

അവൾ പറഞ്ഞു:

" മോനേ, പ്രതീഷേ, മീറ്റുവിന്റെ സമയമൊന്നും കഴിഞ്ഞിട്ടില്ലാട്ടോ."

പ്രതീഷ് ചമ്മി.

എന്നാലും അവൻ തിരിച്ചടിച്ചു.

" അയ്യയ്യോ ചേച്ചിമാരേ, മീറ്റുവൊക്കെ വലിയ കൊമ്പന്മാർക്കുള്ളതല്ലേ. ഞാനൊരു ചുണ്ടെലിയല്ലേ. എനിക്കെതിരെ മീറ്റു വന്നാൽ ആര് കേൾക്കാൻ. നിങ്ങടെ മാനം പോകും അത്ര തന്നെ.."

സ്പൈ ക്യാമറകൾ, അതിശക്തിയുള്ള മൈക്രഫോണുകൾ, ഇവയൊക്കെ ധരിച്ച് അൻസുല റെഡിയായി.

ലൈല അവളുടെ ബാഗിൽ നിന്ന് മറ്റൊരു മൊബൈലെടുത്ത് ഒരു നമ്പറിലേക്ക് ഡയൽ ചെയ്തു.

" ഓപ്പൺ എക്സിൽ രജിസ്റ്റർ ചെയ്ത ഒരു കൃമിയുടെ നമ്പറാണ്. കോൾ പോകുന്നുണ്ട്."

ലൈല പറഞ്ഞു.

കോൾ കിട്ടി.

ലൈല വാക്കുകളിൽ ശൃംഗാരം നിറച്ചു.

" ഡിയർ..... റെഡിയാണോ? ..മറൈൻഡ്രൈവിനടുത്താണ്..ഞാനിവിടെയുണ്ട്. റൂമിലുണ്ടോ......ഓക്കെ..ഞാൻ പത്തു മിനിറ്റിനുള്ളിൽ വരാമേ.."

ലൈല സന്തോഷത്തോടെ കോൾ കട്ട് ചെയ്തു.

" ഇര കൊത്തി. ആ മൈരൻ കിങ്ങ്ഫിഷറിലുണ്ട്. റൂം നമ്പർ 112. പിന്നെയ് അൻസുല, പോകുന്നതിന് മുമ്പ് ഒന്നുരണ്ട് കാര്യങ്ങൾ പറയട്ടെ. കോൺഡം എടുത്തിട്ടുണ്ടോ. അവിടെ ചെന്നിട്ട് നിനക്ക് വല്ലോ ചെയ്യാൻ മുട്ടിയാൽ.."

അൻസുല ലൈലയുടെ ചന്തിയിൽ സാമാന്യം വേദനിക്കുന്ന വിധത്തിൽ ഒരു പിടുത്തം പിടിച്ചു.

ലൈല വേദനിച്ച് കൂവി.

" നീ എനിക്കിട്ട് ഒണ്ടാക്കലേ. പിള്ളേര് ഇരിക്കുന്നു."

അൻസുല ദേഷ്യത്തോടെ പറഞ്ഞു.

" പിന്നെ പിള്ളാര്. ഇവനൊക്കെ ആരാന്നാ വിചാരം. ..ഒരു കാര്യം കൂടി പറയട്ടെ. ഇവിടെയിരി."

ലൈല അൻസുലയെ പിടിച്ചിരുത്തി.

എന്നിട്ട് ഗൗരവത്തിൽ തുടർന്നു:

" നീ റൂമിലേക്ക് കടന്നു ചെല്ലുന്നു. നിന്റെ ഡ്രസിലുള്ള ക്യാമറകൾ വിഷ്വലുകൾ തരുന്നു. മൈക്രോഫോണുകൾ ക്ലിയർ സൗണ്ടും തരുന്നു. നീ ഹോട്ടൽ ഗേറ്റ് കടക്കുമ്പോൾ മുതൽ ഇവിടെ ലൈവ് സ്റ്റാർട്ട് ചെയ്യും. നീ റൂമിൽ കടന്നാൽ അയാൾക്ക് നേരേ തിരിഞ്ഞിരിക്കണം എപ്പോഴും. അയാൾ ക്യാമറയിൽ കൃത്യമായി വേണം. അതേസമയം നിന്നെ കാണുകയുമില്ല. സംസാരിക്കണം. കൂടുതൽ സംസാരിക്കണം. അയാളെ ശൃംഗരിച്ച് വലയിൽ വീഴ്ത്തി അവന്റെ കുടുംബപ്പേരും നാടും വീടും എല്ലാ പറയിക്കണം. അങ്ങനെ ആ നാറിയെ നാറ്റിക്കണം."

" അതിനൊന്നും സമ്മതിക്കാതെ അയാൾ നേരെ കാര്യത്തിലേക്ക് കടന്നാലോ?"

സുമേഷ് ചോദിച്ചു.

" യൂമീൻ.. തുണിയഴിച്ച് പരിപാടി തുടങ്ങിയാലോ എന്ന്..ഇടക്കു കയറരുത് റാസ്കൽ.."

ലൈലയ്ക്ക് ദേഷ്യം വന്നു.

" അങ്ങനെ ചേദിച്ചാൽ, ..ഒഴിഞ്ഞുമാറിപ്പറയണം..ഇത്ര തിടുക്കം വേണ്ട ഡിയർ..എന്നെ വിയർപ്പു നാറുന്നു.. എനിക്കൊന്നു കുളിക്കണം..എന്നൊക്കെ പറഞ്ഞ് പിടിച്ചു നിർത്തണം."

" കുളിക്കാൻ കേറരുത് കെട്ടോ. ഡ്രസിലൊക്കെ ക്യാമറയുള്ളതാ..ചേച്ചീടെ കുളിസീന് നാട്ടുകാര് മുഴുവൻ കാണും."

സുമേഷ് പറഞ്ഞു.

ലൈല അവനെ ഒന്ന് നോക്കി.

" നോക്കിപ്പേടിപ്പിക്കണ്ട. ഞാൻ ഒള്ള കാര്യം പറഞ്ഞതാ. പിന്നെ വേറൊരു കാര്യം, ചെന്നപാടെ അയാൾ ചേച്ചിയെ ക്ലോറോഫോം മണപ്പിച്ച് ബോധം കെടുത്തി പരിപാടി നടത്തിയാൽ എന്തു ചെയ്യും?"

സുമേഷിന്റെ വർത്തമാനം കേട്ട് ലൈല അവന്റെ മുതുകിൽ ഇടിച്ചു.

" നിന്നെ ഞാൻ കൊല്ലും. എന്നെ കളിച്ചോടാ എന്നും പറഞ്ഞ് ചെല്ലുന്ന പെണ്ണിനെ ആരെങ്കിലും ബോധം കെടുത്തി കളിക്കുവോടാ നാറി. നിനക്കൊക്കെ സെക്ഷ്വൽ കോമൺസെൻസില്ലേടാ ഫൂൾ?"

ലൈല ഒച്ചയിട്ടു.

" ബി കൂൾ ബേബി."

അൻസുല അവളെ ആശ്വസിപ്പിച്ചു.

ലൈലയ്ക്ക് ദേഷ്യമടങ്ങിയില്ല.

അവൾ സുമേഷിന്റെ മുടിയ്ക്ക് കുത്തിപ്പിടിച്ച് ചോദിച്ചു

" നിനക്കൊക്കെ വയസറിയിച്ചതാണോടാ...ചാനലിൽ ഒണ്ടാക്കാൻ വന്നിരിക്കുന്നു."

" നീയൊന്ന് വിട്ടേ ലൈലേ."

അൻസുലയ്ക്ക് ദേഷ്യം വന്നു.

" മതി നിന്റെ ഉപദേശം.."

അൻസുല എഴുന്നേറ്റു.

ലൈല അവളെ തടുത്തു.

" അതേയ് മാഡം, എടുത്തുചാടി പോകല്ലേ. നീ ഇതെങ്ങനെ ഫിനിഷ് ചെയ്യും. അതാദ്യം തീരുമാനിക്ക്. സ്ഥലം കിങ്ങ്ഫിഷറാണ്. അവരുടെയാളുകൾ അവിടെയുണ്ട്."

" പിന്നെ എന്തു ചെയ്യണം?"

അൻസുല അക്ഷമയായി.

" തക്കസമയത്ത് സുമേഷ് വന്നു വാതിലിൽ മുട്ടും."

" ഹോട്ടലുകാർ ഇവനെ കടത്തിവിടുമോ?"

" ഇവൻ പിസാ ബോയിയായിട്ട് വരും. പിസയൊക്കെ ഇവിടെ വാങ്ങിവച്ചിട്ടുണ്ടോ. പിന്നെ ചാനലിന്റെ ലൈവ് പ്രോഗ്രാമാണെന്നറിഞ്ഞാൽ കസ്റ്റമർ തളരും. അവന്റെ വെടി തീരും. ഇതാണ് ചാർട്ട് ചെയ്തിരിക്കുന്നത്."

" ഓക്കെ."

അൻസുല എഴുന്നേറ്റു.

ലൈല പ്രതീഷിനോട് പറഞ്ഞു.

" നീ അവളുടെ ദേഹത്തെ ക്യാമറകളൊക്കെ ഓക്കെയാണോന്ന് സ്ക്രീനിൽ നോക്ക്."

പ്രതീഷ് സ്ക്രീനുകൾ നോക്കി.

" എല്ലാം ഓക്കെയാണ്."

" എന്നാൽ ആദ്യം ഒരു ഇൻട്രോ കൊടുക്കാം."

അൻസുല പറഞ്ഞപ്പോൾ ലൈല ചാടി വീണു.

" അത് ഞാൻ കൊടുത്തോളാം. നിന്റേത് സർപ്രൈസ് എൻട്രി ആയാൽ മതി. മാഡം പറഞ്ഞതാണ്."

" ഓക്കെ. സ്റ്റുഡിയോയിലേക്ക് കണക്ട് ചെയ്യൂ."

അൻസുല നിർദേശിച്ചു.

ലൈല മൈക്കുമായി വാനിന് പുറത്തിറങ്ങി.

സുമേഷ് ക്യാമറയെടുത്ത് അവളെ അഭിമുഖീകരിച്ചു.

ക്യാമറ ഓണായ ഉടനെ ഊർജ്ജം നിറച്ച് ആവേശത്തോടെ ലൈല വാർത്താ അവതാരകയായി.

" വെൽകം റ്റു കൊച്ചി. ഇന്നു ഞങ്ങൾ കൊച്ചിയിലേക്ക് വന്നിരിക്കുന്നത് കൊച്ചി എന്ന മെട്രോ നഗരത്തിന്റെ ഒരു വികൃത മുഖം തുറന്നകാണിക്കാനാണ്. മാംസവ്യാപാരം അരങ്ങു തകർക്കുന്ന കൊച്ചിയെ കുറിച്ച് ഒരു സമഗ്ര റിപ്പോർട്ടാണ് ന്യൂസ് പ്ലസ് സെവന്റീനിൽ നിങ്ങൾ കണ്ടുകൊണ്ടിരിക്കുന്നത്. ഓൺലൈൻ പെൺവാണിഭത്തിന്റെ കഴുകൻ ചുണ്ടുകളിൽ കൊരുക്കപ്പെട്ട കുറെ ജീവിതങ്ങൾ. കോളജ് പെൺകുട്ടികൾ, സെയിൽസ് ഗേളുകൾ, വീട്ടമ്മമാർ തുടങ്ങി വ്യത്യസ്ത മേഖലകളിലെ നിരവധി സ്ത്രീകൾ ഇവരുടെ വലയിലുണ്ട്. അതിന്റെ നേർക്കാഴ്ചയുടെ ആരും ഇതുവരെ കാണാത്ത ഒരു തത്സമയ സംപ്രേഷണത്തിലേക്ക് നിങ്ങളെ ഞങ്ങൾ കൂട്ടിക്കൊണ്ടുപോവുകയാണ്. ഇത് നിങ്ങൾക്കായി അവതരിപ്പിക്കുന്നത് ക്യാമറാമാൻ സുമേഷിനോടൊപ്പം ലൈല റഹ്മത്തുള്ള."

സുമേഷ് ക്യാമറ ഓഫാക്കി തംസപ്പ് അടയാളം കാണിച്ചു.

ദീർഘശ്വാസമെടുത്ത് ലൈല അൻസുലയെ നോക്കി.

" പോരേടി. അഞ്ചുമിനിറ്റ് പരസ്യസമയമാണ്."

അൻസുല തലകുലുക്കി.

അവൾ പറഞ്ഞു.

" ഹോട്ടൽ ഗേറ്റ് വരെ നടന്നെത്താൻ അഞ്ചു മിനിറ്റ് വേണം. അതിനുശേഷം പ്രോഗ്രാം ഓൺ എയർ ആയിക്കോട്ടെ...ഓക്കെ.."

" ഓക്കെ. യൂ കാൻ വിൻ ഡിയർ."

ലൈല അൻസുലയെ കെട്ടിപ്പിടിച്ചു.



ലൈല അൻസുലയെ കെട്ടിപ്പിടിച്ചു.

# 3

## അധ്യായം 3

അൻസുല ഹോട്ടൽ ഗേറ്റിലേക്ക് നടന്നു.

ന്യൂസ് പ്ലസ് സെവൻ്റീനിൽ പരസ്യസമയം കഴിഞ്ഞതോടെ ലൈവ് പുനരാരംഭിച്ചു.

അൻസുല റിസപ്ഷനിലെത്തി.

" റൂം നമ്പർ 112..?"

" സിക്സ്ത് ഫ്ളോർ."

റിസപ്ഷനിലിരുന്ന യുവതി പുച്ഛരത്തോടെ അവളെ നോക്കി പറഞ്ഞു.

അതുകണ്ട് അൻസുല മനസിൽ പറഞ്ഞു:

" പുച്ഛരിക്കണ്ടെടി.. നിനക്കിവിടെ വേറെന്താ പണി..?"

അൻസുല ലിഫ്റ്റില കയറി ഡയലിങ്ങ് പാഡിലെ 6 എന്ന അക്കത്തിൽ വിരലമർത്തി.

ലിഫ്റ്റ് ആറാം നിലയിൽ ചെന്നു.

ഫ്ളോറിൽ കാൽ ചവിട്ടിയതോടെ അൻസുലയുടെ ഹൃദയം പടാപടാ മിടിക്കാൻ തുടങ്ങി.

മൂന്നാമത്തെ ഡോറാണ് റൂം നമ്പർ 112.

അവൾ വാതിലിനെ സമീപിച്ചു.

ഇടനാഴിയിൽ ആരുമില്ല.

താൻ എന്തിനാണ് വന്നിരിക്കുന്നത്.

ഇപ്പോൾ താൻ ആരാണ്.

ഈ രണ്ടു ചോദ്യങ്ങളും പൊടുന്നനെ അൻസുലയുടെ നെഞ്ചിൽ വന്ന് പൊള്ളിക്കാൻ തുടങ്ങി.

താൻ ഇപ്പോൾ ഒരു വേശ്യയാണ്. താൻ വേശ്യാവൃത്തിക്കാണ് വന്നിരിക്കുന്നത്.

ദൈവമേ

അവൾ ധൈര്യം സംഭരിക്കാൻ ശ്രമിച്ചു.

മീഡിയയ്ക്ക് വേണ്ടിയല്ലേ.

മാധ്യമപ്രവർത്തകരെല്ലാം തന്റെ പിന്നിലുണ്ട്.

പിന്നെ താനെന്തിനാണ് ഭയക്കുന്നത്.

അവൾ ധൈര്യസമേതം കോളിംഗ് ബെൽ അമർത്തി.

" യേസ് കമിൻ.."

അകത്തു നിന്ന് ഒരു പുരുഷസ്വരം കേട്ടു.

അവൾ വാതിലിന്റെ ഹാൻഡിലിൽ പിടിച്ച് തിരിച്ചു.

വാതിൽ അകത്തേക്ക് തുറന്നു.

വിശാലമായ ഒരു സ്യൂട്ടാണ്.

അകത്ത് ആരേയും കണ്ടില്ല.

" അവിടെ ഇരിക്കൂ. ഞാനിപ്പോൾ വരാം. ബാത്ത്റൂമിലാണ്."

ബാത്ത്റൂമിൽ നിന്ന് നിർദേശം വന്നു.

അൻസുല റൂമിലെ കസേരയിൽ ഇരുന്നു.

അവൾ അക്ഷമയായി.

ലൈവ് പ്രോഗ്രാമാണ്. സമയം കളയാനില്ല.

പ്രേക്ഷകർ അക്ഷമരാകും.

ഹിച്ചകോക്ക് സ്റ്റൈൽ മ്യൂസിക് ഇപ്പോൾ തനിക്ക് മിനി സ്ക്രീനിൽ അകമ്പടി സേവിക്കുന്നുണ്ടാകും.

" വേഗം വരൂ."

അൻസുല വിളിച്ചു പറഞ്ഞു.

" ഇത്ര തിടുക്കമെന്താണ്. നമുക്ക് 12 മണിക്കൂർ സമയമുണ്ട്. 100 രൂപയ്ക്ക് 15 മിനിറ്റ് വീതം പലർക്കായി വീതം വയ്ക്കുന്ന ലോക്കൽ സ്ത്രീകളെപ്പോലെ പെരുമാറല്ലേ നിങ്ങൾ. നിങ്ങൾക്ക് 12 മണിക്കൂർ നേരത്തേക്ക് 10000 രൂപ ലഭിക്കുന്നില്ലേ. അതായത് മലയാളത്തിൽ ഒരു സീരിയൽ നടിക്ക് ലഭിക്കുന്ന ശരാശരി ദിവസക്കൂലി. എന്നാലോ ക്യാമറക്ക് മുന്നിൽ റീടേക്ക് എടുത്ത് മുടിഞ്ഞ ഡയലോഗ് പറഞ്ഞ് തൊണ്ടയിലെ വെള്ളം വറ്റിക്കണ്ട. കിലോക്കണക്കിന് ഭാരമുള്ള ആഭരണങ്ങൾ ചുമന്ന് കൂനു പിടിക്കണ്ട."

അകത്തു നിന്നും ഡയലോഗ് തുടരുകയാണ്.

ഒരു സ്ത്രീയെന്ന നിലയിൽ ആദ്യം തൊലിയുരിഞ്ഞുപോകുന്ന പോലെ തോന്നിയെങ്കിലും ആ ഡയലോഗുകൾ പ്രോഗ്രാമിന് വലിയ ഗുണം ചെയ്യുമെന്ന് അൻസുലക്ക് മനസിലായി.

പക്ഷേ അയാൾ ഈ പറയുന്നതെല്ലാം മൈക്ക് ക്യാച്ച് ചെയ്യുന്നുണ്ടോ.

കുറേക്കൂടി വ്യക്തത കിട്ടാൻ അവൾ ബാത്ത്റൂമിന്റെ വാതിൽക്കൽ പോയി നിന്നു.

കൃത്യസമയത്ത് അയാൾ വാതിൽ തുറന്നു.

അൻസുല ചമ്മി

അവൾ പിന്നോക്കം മാറി.

അയാൾ അവളെ അടിമുടി നോക്കി.

" ഹേയ് ബാത്ത്റൂമിൽ ഒളിഞ്ഞു നോക്കാൻ വന്നതാണോ ഡിയർ?"

അയാൾ ബെഡിനരികിലെ മിനിടേബിളിലേക്ക് എത്തിനോക്കിയിട്ട് തുടർന്നു.

" എന്റെ വാലറ്റ്, മൊബൈൽ ഇതെല്ലാം സുരക്ഷിതമാണല്ലോ അല്ലേ..?"

താൻ ഒരു മോഷ്ടാവല്ല എന്നു പറയണമെന്ന് തോന്നിയെങ്കിലും അൻസുലക്ക് ആ സമയത്ത് നാവു പൊന്തിയില്ല.

ന്യൂസ് അവർ തർക്കങ്ങളിൽ ഗസ്റ്റുകളെ നാവുകൊണ്ട് മലർത്തിയടിക്കുന്ന തന്റെ വീര്യം എവിടെപ്പോയി.

അവൾ സ്വയം ചോദിച്ചു.

ഇയാളുടെ വ്യക്തിപ്രഭാവത്തിന് മുന്നിൽ താൻ നിഷ്പ്രഭമാകുന്നു.

ഇയാൾക്ക് ഒരു വ്യഭിചാരിയുടെ മട്ടും ഭാവവുമില്ല.

കണ്ടാൽ തികച്ചും മാന്യൻ.

ഉടനെ അവളിലെ തർക്കുത്തരം പറയുന്ന ന്യൂസ് റീഡർ അവളോട് കുറുകി

അതിന് നീ വ്യഭിചാരികളെ ഇതിന് മുമ്പ് കണ്ടിട്ടുണ്ടോ

ഇല്ല.

ഇയാൾക്ക് അമ്പത് വയസ് പ്രായം വരും.

വെളുത്ത കുർത്തയും നീല ജീൻസും ധരിച്ചിരിക്കുന്നു.

നരകലർന്ന താടിയും മുടിയും.

വൃത്താകൃതിയിലുള്ള കണ്ണട.

ഏകദേശം മോഹൻലാലിന്റെയൊരു ഷേയ്പ്.

" കോൺഡംസ് ഉപയോഗിക്കുന്നത് എനിക്ക് ഇഷ്ടമല്ല."

അയാൾ പറഞ്ഞത് കേട്ട് അൻസുല ഞെട്ടി.

അവൾ ഉമിനീരിറക്കി.

" നിങ്ങൾ അവിടെയിരിക്കൂ."

കസേരയിലിരുന്നുകൊണ്ട് അയാൾ ആജ്ഞാപിച്ചു.

അൻസുല കിടക്കയിലിരുന്നു.

" എന്താണ് നിങ്ങളുടെ പേര്?"

അയാൾ ചോദിച്ചു.

അൻസുല പൊടുന്നനെ ഒരു പേരിനായി പരതി.

സിനിമകളിൽ കേട്ടിട്ടുള്ള വേശ്യകളുടെ പേരുകൾ മനസിലൂടെ കടന്നുപോയി.

ഒടുവിൽ അവൾ ഒരു പേര് തിരഞ്ഞെടുത്തു.

" രമണി."

അതുകേട്ട് അയാൾ പൊട്ടിച്ചിരിച്ചു.

" രമണി. അടിപൊളിപ്പേര്. പക്ഷേ നിങ്ങൾക്ക് ചേരുന്നില്ല. നിങ്ങൾക്ക് ചേരുന്ന ഒരു പേര് ഞാൻ പറയട്ടെ ഡിയർ?"

അവൾ നാണക്കേടോടെ മുഖം താഴ്ത്തി.

" പറയട്ടെ .."

അയാൾ വീണ്ടും ചോദിച്ചു.

അവൾ ഒന്നും പറഞ്ഞില്ല.

അഥവാ ഒന്നും പറയാൻ നാവു പൊന്തിയില്ല.

അയാൾ ഒരു മർമരം പോലെ പറഞ്ഞു.

" അൻസുല...!"

അവൾ ഞെട്ടി തലയുയർത്തി നോക്കി.

അയാൾ മന്ദഹാസത്തോടെ തുടർന്നു.

" അതെ നിനക്ക് ചേരുന്ന പേര് അൻസുല എന്നാണ്. ഒരു സംസ്കൃത നാമം. ബ്രില്യന്റ് എന്നാണർത്ഥം. എങ്ങനെയുണ്ട് പേര് ഇഷ്ടപ്പെട്ടോ..?"

അയാൾ അവളുടെ കണ്ണുകളിലേക്ക് നോക്കി.

അവൾ പരിഭ്രമത്തോടെയിരുന്നു.

അയാൾ ഗൗരവം പൂണ്ട് തുടർന്നു.

" അൻസുലയുടെ താമസം പനമ്പിള്ളി നഗറിൽ. സ്വദേശം മൂവാറ്റുപുഴ. എംഎ ഹിസ്റ്ററിക്ക് ശേഷം കാക്കനാട് പ്രസ് അക്കാദമിയിൽ നിന്ന് ജേർണലിസത്തിൽ ഡിപ്ലോമ. മുമ്പ് ഒരു ലോക്കൽ ചാനലിലും ഒരു സായാഹ്നപ്പത്രത്തിലും അപ്രന്റീസായി ജോലി ചെയ്തു. ഭർത്താവിന്റെ പേര് വിമൽകുമാർ. അയാൾ ചേരാനല്ലൂർ സ്വദേശിയായ ഒരു ഫ്രീലാൻസ് ആർകിടെക്ട്. .."

അയാൾ പറയുന്നത് കേട്ട് അൻസുല തീവ്രമായി ഞെട്ടി.

അവൾ അടിമുടി വിയർത്തു.

അയാൾ അടുത്ത ചോദ്യം തൊടുത്തു.

" സോ വൈ ആർ യൂ ചൂസ് ദിസ് ജോബ്.... ഐ മീൻ പ്രോസ്റ്റിറ്റ്യൂഷൻ..."

അൻസുലയുടെ കണ്ണുകളിൽ ഇരുട്ട് കയറി.

അയാൾ കസേരയിൽ ചാഞ്ഞിരുന്നുകൊണ്ട് പറഞ്ഞു

" ഓക്കെ അൻസുല. ..ജീവിത സാഹചര്യങ്ങളാണ് ഈ തൊഴിലിലേക്ക് വരാൻ സ്ത്രീകളെ പ്രേരിപ്പിക്കുന്നത് എന്നത് ശരിയാണ് ...എന്തിന്റെ പേരിലാണ് നിങ്ങൾ ഈ തൊഴിലിലേക്ക് എടുത്തു ചാടിയത്.. ഇത് വ്യഭിചാരമാണ്. മാംസ വ്യാപാരമാണ്. നിരവധി സ്ത്രീകൾ ഈ മേഖലയിലേക്ക് ദിനംപ്രതി വന്നുകൊണ്ടിരിക്കുന്നു. ഈ മേഖലയിൽ നിങ്ങളെ ആകർഷിച്ച ഘടകമെന്താണ് അൻസുല. ലൈംഗികമായ അദമ്യമായ ദാഹം, അതോ സാമ്പത്തിക പരാധീനതകളോ..?"

ലോകം മുഴുവൻ തന്റെ ചുറ്റും കറങ്ങുന്നതായി അൻസുലക്ക് തോന്നി.

താൻ അങ്ങോട്ട് ചോദിക്കാൻ കരുതി വച്ച ചോദ്യങ്ങളാണ് ഇയാൾ ഇങ്ങോട്ട് ചോദിക്കുന്നത്.

അവൾക്ക് ദേഷ്യവും സങ്കടവും വന്നു.

അവൾ ചോദിച്ചു:

" ഏയ് മിസ്റ്റർ, നിങ്ങൾ എന്തിനാണ് എന്നെ ചോദ്യം ചെയ്യുന്നത്. ഞാനെന്താ വല്ല കുറ്റവാളിയുമാണോ. നിങ്ങൾ ഇവിടെ വന്നതെന്തിനാണ്. സുവിശേഷം പ്രസംഗിക്കാനാണോ?"

" ശരിയാണ്. ഒരു വ്യക്തിയുടെ ലൈംഗിക സ്വാതന്ത്ര്യത്തെ ആർക്കും തടുക്കാനാവില്ല എന്ന് ഞങ്ങൾക്കറിയാം."

"ഞങ്ങളോ..ഏത് ഞങ്ങൾ?"

അൻസുലയുടെ ചോദ്യത്തെ അവഗണിച്ചുകൊണ്ട് അയാൾ തുടർന്നു

" എങ്കിലും കൊച്ചി എന്ന മെട്രോ നഗരത്തിന്റെ ഈ വികൃത മുഖത്തെ ഞങ്ങൾ പരിചയപ്പെടുത്തുന്നു."

അയാൾ മുറിയുടെ മൂലയിൽ വച്ചിരുന്ന ഫ്ളവർപോട്ടിലേക്ക് നോക്കി പറഞ്ഞു.

അൻസുല അവിടേക്ക് നോക്കി.

അവൾ അവിടെയൊന്നും കണ്ടില്ല.

അയാൾ ഒരു വാർത്താ അവതാരകനെ പോലെ തുടർന്നു:

" ഈ ഇരിക്കുന്ന സ്ത്രീയെ പോലെ നിരവധി സ്ത്രീകൾ ഈ മേഖലയിൽ തൊഴിലെടുക്കുന്നു. ലൈംഗികത്തൊഴിലാളികളുടെ എണ്ണം ദിനംപ്രതി വർധിച്ചുവരുന്നു. നഗരത്തിന്റെ ആഡംബരജീവിതത്തിൽ മതിമയങ്ങി സ്വന്തം ശരീരം വിറ്റ് പണമുണ്ടാക്കാൻ വരുന്ന കോളജ് പെൺകുട്ടികൾ, കുടുംബം പുലർത്താൻ ഗ്രാമപ്രദേശങ്ങളിൽ നിന്ന് നഗരത്തിലെ സെയിൽസ്ഗേൾസ് ജോലിക്കും മറ്റും വരുന്ന പാവപ്പെട്ട പെൺകുട്ടികൾ, ലൈംഗികസ്വാതന്ത്ര്യം ഉറക്കെ ഉദ്ഘോഷിക്കുന്ന സൊസൈറ്റി ലേഡികൾ, കാമദാഹം തീർക്കാൻ വരുന്ന പൊങ്ങച്ച കൊച്ചമ്മമാർ തുടങ്ങി പലതരക്കാരാണ് ഈ ലൈംഗികത്തൊഴിലാളികൾ. ഇത്തരക്കാരുടെ ഞെട്ടിപ്പിക്കുന്ന കഥകൾ വരും എപിസോഡുകളിൽ നിങ്ങൾക്ക് ഇതുപോലെ ലൈവായി കാണാം. ഇപ്പോൾ സമയം 12 മണി വേൾഡ് ബിഗ്സി ന്യൂസിനുവേണ്ടി സന്ദീപ് കുൽക്കർണി. ഗുഡ്ബൈ.."

അയാൾ പോക്കറ്റിൽ നിന്ന് റിമോട്ട് എടുത്ത് അതിലെ ബട്ടൺ അമർത്തിയശേഷം ഫ്ളവർ പോട്ടിൽ ഒളിപ്പിച്ചു വച്ചിരുന്ന ക്യാമറ പുറത്തെടുത്ത് ഓഫ് ചെയ്തു.

മറ്റ് പലയിടുത്തുമായി ഒളിപ്പിച്ചുവച്ചിരുന്ന ക്യാമറകളും പുറത്തെടുത്ത് ഓഫ് ചെയ്തു.

ഇതെല്ലാം കണ്ട് അൻസുല ബോധരഹിതയായി കിടക്കയിലേക്ക് വീണു.

# 4

# അധ്യായം 4

ബോധം വരുമ്പോൾ അൻസുല ഒരു പട്ടുമെത്തയിൽ ശയിക്കുകയായിരുന്നു.

അന്തരീഷത്തിൽ എൻചാന്റർ സുഗന്ധം.

സ്പ്രേയുടേയോ ബോഡി ലോഷന്റേയോ ആഫ്റ്റർ ഷേവിന്റേയോ കൂടിക്കുഴഞ്ഞ ഗന്ധം.

താൻ പരിപൂർണ നഗ്നയാണ് എന്നവൾ തിരിച്ചറിഞ്ഞു.

സുഖകരമായ ഒരു മയക്കം കണ്ണുകളെ പാതി മൂടിയിരിക്കുന്നു.

അനിർവചനീയമായ സുഖം അന്തരീഷത്തിൽ തളം കെട്ടി നിൽക്കുന്നു.

ആരോ തന്റെ ശരീരത്തിൽ സവാരി ചെയ്യുന്നുണ്ട്.

തന്റെ തുടകൾ വിടർന്നാണ് ഇരിക്കുന്നത്.

ഇത് തന്റെ ശരീരം തന്നെയാണോ.

മൊത്തം വാക്സ് മേക്കപ്പ് ഇട്ടിരിക്കുന്നു.

തുടകൾ, മുലകൾ, കണങ്കാലുകൾ, നിതംബങ്ങൾ, ഉദരം, കൈകൾ ഇവയെല്ലാം മേക്കപ്പിലും പുതുനിറത്തിലും തിളങ്ങി പ്യൂബിക് ഏരിയാവരെ ഷേവ് ചെയ്ത് മേക്കപ്പ് ചെയ്തിട്ടുണ്ട്.

അടിവയറിന് താഴെ വല്ലാത്തൊരു നിർവൃതി കൂടുകൂട്ടി നിൽക്കുന്നു.

പാതി തുറന്ന നേത്രങ്ങളോടെ അവൾ ചുറ്റും നോക്കി.

ആഡംബരപൂർണമായ ചെറിയ ഒരു മുറി.

അടുത്തൊരു ചാരുകസേരയിൽ സന്ദീപ് കുൽക്കർണി വിവസ്ത്രനായിരിക്കുന്നു.

അയാളുടെ മടിയിൽ പൂർണനഗ്നയായ ഒരു സ്ത്രീയുണ്ട്.

ഓ ദൈവമേ അത് ലൈലയാണല്ലോ!

അയാളുടെ മടിയിൽ അവൾ ഒരു പ്രത്യേക താളത്തിൽ ഉയരുകയും താഴുകയും ചെയ്യുന്നുണ്ട്.

" ഹേയ് അൻസുല..!"

സന്ദീപ് കുൽക്കർണി വിളിച്ചു.

അയാളുടെ ശബ്ദം സ്വർഗത്തിൽ എവിടെയോ നിന്ന് മുഴങ്ങുന്നതായി അൻസുലക്ക് തോന്നി.

" ഞാനെവിടെയാണ്?"

അവൾ മെല്ലെ ചോദിച്ചു.

" ന്യായമായ ചോദ്യം. നീ ഊഹിക്കൂ.."

" നമ്മളെല്ലാവരും മരിച്ച് സ്വർഗത്തിലെത്തിയോ?"

അൻസുല മന്ദമായി ചോദ്യം പൊഴിച്ചു.

സന്ദീപ് കുൽക്കർണി പൊട്ടിച്ചിരിച്ചു.

" സ്വർഗത്തിലാണ്. പക്ഷേ മരിച്ചിട്ടില്ല. ഭൂമിയിൽ സ്വർഗവും നരകവും സൃഷ്ടിക്കുന്നത് മനുഷ്യൻ തന്നെയാണെന്ന് ഇപ്പോൾ ബോധ്യമായില്ലേ. വിശ്വസിക്കൂ ഡിയർ, ഇപ്പോൾ നമ്മൾ എംജി റോഡിലാണ്. തിരക്കുപിടിച്ച ഈ മെട്രോ നഗരത്തിന്റെ ഏറ്റവും തിരക്ക് പിടിച്ച പാതയിൽ ഒരു ലോഹത്തകിടിന്റെ മാത്രം മറവിൽ നമ്മൾ പൂർണനഗരരായി ഭോഗിച്ചുകൊണ്ടിരിക്കുന്നു. ഇതൊരു കാരവനാണ്. ഒപ്പം ഒരു ഓപി വാനും. ഈ കാഴ്ച ലോകത്തെ ലൈംഗികപ്രേമികൾ ലൈവായി കണ്ടുകൊണ്ടിരിക്കുന്നു. ഡോഡോ പോൺ എന്ന ചാനലിലൂടെ. എ ലൈവ് പോൺ ചാനൽ. ഞാനതിന്റെ എംഡിയാണ്. ഒപ്പം ലോക പ്രശസ്ത ചാനൽ വേൾഡി ബിഗ് സി ന്യൂസിന്റെയും എംഡി ഞാൻ തന്നെയാണ്."

അപ്പോൾ ലൈല ഇടക്ക് കയറി പറഞ്ഞു:

" നമ്മുടെ മാഡത്തിന്റെ ഹസ്ബന്റ് മലയാളിയാണ്. ശരിക്കുള്ള പേര് മുരളീധരക്കുറുപ്പ്. ന്യൂസ് പ്ലസ് സെവന്റീൻ ഇദ്ദേഹത്തിന്റെ ഒരു ഫ്രാഞ്ചൈസി മാത്രമാണ്. നിനക്ക് പ്രമോഷൻ ലഭിച്ചിരിക്കുന്നു ഡിയർ."

" വെരിഗുഡ്,"

രതി താളത്തിന്റെ വേഗതകൂടി മൂർച്ഛരാ സമയം ആഗതമായതിനാൽ അൻസുല വേറൊന്നും പറഞ്ഞില്ല.

അവൾ കണ്ണുകൾ അടച്ചു.

ലൈല പിന്നേയും വിളിച്ചു.

" ഹേയ് അൻസുല, റിലാക്സ്.. അത് ഇപ്പോഴൊന്നും അവസാനിക്കില്ല. ലോങ്ങ് ടൈമിനുള്ള ലൈലാക്ക് ഡ്രാഗൺ കോക്കേയൻ ഫക്ക് നീയെടുത്തിട്ടുണ്ട്. നിന്റെ ഞരമ്പുകളിൽ മുഴുവൻ ആ ലഹരിമരുന്ന് നിറഞ്ഞിരിക്കുന്നു."

ലൈലയുടെ ചിരി പ്രപഞ്ചത്തിൽ മുഴങ്ങുന്നതുപോലെ അൻസുലക്ക് അനുഭവപ്പെട്ടു.

ആ വാഹനം എംജി റോഡിലൂടെ ഓടിക്കൊണ്ടിരുന്നു.

# 5

## അധ്യായം 5

കൊച്ചിയിലെ ആ ഡേ പബിൽ ഒരു ബിസിനസ് മീറ്റിനാണ് ഫ്രീലാൻസ് ആർക്കിടെക്ട് സുമേഷും ഏതാനും സുഹൃത്തുക്കളും ഒത്തുകൂടിയത്.

പബിലെ അരണ്ടവെളിച്ചത്തിൽ അവർ ഓൾഡ് ടോം ജിന്നും ദി ബൊട്ടാണിസ്റ്റും ആസ്വദിച്ചു.

മെർലി ഹെഗ്ഗാർഡിന്റെ സംഗീതം അലയടിച്ചുകൊണ്ടിരുന്നു.

സുഹൃത്ത് സഞ്ജു ലോപ് ടോപ് നിവർത്തി അവരുടെ ഫേവറിറ്റ് ഡോഡോ പോൺ ചാനൽ എടുത്തു.

ലൈവിൽ അൻസുലയുടെ ചൂടൻ രംഗങ്ങൾ തിമിർക്കുന്നു.

മേക്കപ്പിൽ ആളെ തിരിച്ചറിയാൻ അൽപം ബുദ്ധിമുട്ടുണ്ടെങ്കിലും അവളുടെ അകം തുടയിലെ കുരിശടയാളത്തിലുള്ള മറുക് ഒരു മേക്കപ്പിനും മായ്ക്കാൻ പറ്റിയില്ല.

സുമേഷ് അത് തിരിച്ചറിഞ്ഞു.

അവന് തന്റെ കണ്ണുകളെ വിശ്വസിക്കാനായില്ല.

സഞ്ജു മറ്റൊരു വിൻഡോ തുറന്ന് വേൾഡ് ബിഗ് സി ചാനൽ ഓൺ ചെയ്തു.

കൊച്ചിയിലെ ഓൺലൈൻ സെക്സ് റാക്കറ്റിന്റെ ലൈവിന്റെ പ്രസക്ത ഭാഗങ്ങൾ പുനഃസംപ്രേഷണമാണ്.

ഹോട്ടൽ മുറിയിൽ കട്ടിലിൽ പരിഭ്രമിച്ചിരിക്കുന്ന ഒരു പ്രോസ്റ്റിറ്റ്യൂട്ട്.

" ഹേയ് ഇത് ....?"

പ്രമോദ് അവളെ തിരിച്ചറിഞ്ഞ് സുമേഷിനെ നോക്കി.

സുമേഷ് തലയും താഴ്ത്തിയിരുന്നു.

എല്ലാവരും അവനെ നോക്കി.

സുമേഷ് കണ്ണുകളുയർത്തി എല്ലാവരേയും നോക്കിയിട്ട് തന്റെ ചില്ലു ചഷകത്തിലേക്ക് ദി ബൊട്ടാണിസ്റ്റ് അൽപം ഒഴിച്ചു.

എന്നിട്ട് ഗ്ലാസുയർത്തി ചിയേഴ്സ് മുദ്ര കാണിച്ചിട്ട് പറഞ്ഞു

" എൻജോയ് ബ്രദേഴ്സ്.. നൗ മൈ വൈഫ് ഈസ് എ സ്റ്റാർ....എ പോൺ സ്റ്റാർ..!"

അവൻ ഗ്ലാസ് മൊത്തി.

സുഹൃത്തുക്കളെല്ലാവരും സ്തംഭിച്ചു നിന്നു.

# 6

## അധ്യായം 6

"അൻശുല ധിമോറ ; ഒരു പോൺസ്റ്റാറിന്റെ ഉദയം!" ആ ചൂടൻ ഫീച്ചറിന്റെ തലക്കെട്ട് അങ്ങനെയായിരുന്നു.

അൻസുല എന്ന ജേർണലിസ്റ്റ് അപ്രന്റിസിൽ നിന്ന് ഒരു വേൾഡ് പോൺസ്റ്റാറിലേക്കുള്ള ജൈത്രയാത്രയുടെ കഥയായിരുന്നു അത്.

മലയാളക്കാഴ്ചദിനപ്പത്രത്തിന്റെ കൊച്ചി ബ്യൂറോചീഫ് മാർത്താണ്ഡൻ ഒരു സ്പെഷ്യൽ കറസ്പോൺഡന്റ് കൂടിയായതിനാലും ഇത്തരം ചൂടൻ സ്റ്റോറികൾ കൈകാര്യം ചെയ്യാൻ അദ്ദേഹം മിടുക്കനായതിനാലുമാണ് ഈ സ്റ്റോറി അദ്ദേഹത്തിന്റെ തലയിൽ വന്നത്.

സ്റ്റോറി ടൈപ്പ് ചെയ്ത് ഹെഡ് ഓഫീസിലേക്ക് ഇ മെയിൽ ചെയ്തു കഴിഞ്ഞു.

ഉച്ചക്ക് ഒരു മണിയാകാൻ പത്തു മിനിറ്റുള്ളപ്പോൾ മലയാളക്കാഴ്ച ദിനപ്പത്രത്തിന്റെ കൊച്ചി ബ്യൂറോ ഓഫീസിന്റെ ഇടുങ്ങിയ മുറിയുടെ ഷട്ടർ വീണു.

ബ്യൂറോ ചീഫ് മാർത്താണ്ഡൻ ഊണുകഴിക്കാനുള്ള ഒരുക്കത്തിലാണ്.

വിശപ്പുവീണാൽ ഏത് ചൂടൻവാർത്തകൾക്കും അങ്ങേർ സഡൻബ്രേക്ക് പറയും.

മൂന്നുനാല് വർഷം മുമ്പാണെങ്കിൽ വാർത്തകൾക്ക് വെയിലും മഴയും കൊണ്ട് പേനയും കൈപ്പുസ്തകവുമായി അലഞ്ഞുനടക്കണമായിരുന്നു. ഇപ്പോൾ അതുവേണ്ട.

ഫേസ്ബുക്ക്, വാട്ട്സാപ്പ്, ചൂടൻ ഓൺലൈൻ പത്രങ്ങൾ ..നിറയെ മെറ്റീരിയലല്ലേ. ചൂസ് ചെയ്യുകയേ വേണ്ടു.

ആഴ്ചയിലൊരിക്കൽ വല്ല പരസ്യവും കൊണ്ട് വെള്ളപാണ്ഡ ചികിത്സകനോ സോറിയാസിസ് വ്യാജവൈദ്യനോ വരും. അതുമാത്രമാണ് അവിടത്തെ ആളനക്കം.

ബ്യൂറോചീഫ് ജോലി പരമസുഖമാണ്.

കൂട്ടിനാണെങ്കിൽ വരുന്ന ചിങ്ങത്തിൽ മുപ്പത്താറ് തികയുന്ന ഡൈവോഴ്സി ജെസിമോളും. കാര്യമായ ജോലികളൊന്നും അവിടെ ഇരുവർക്കും ഇല്ലാത്തതുകൊണ്ട് മറ്റ് നേരമ്പോക്കുകളിൽ ശ്രദ്ധ പതിപ്പിക്കാറുണ്ട്.

ഓഫീസിന് മുന്നിലെ വരാന്തയിലൂടെ അപ്പുറത്തെ മുറിയിലും ഇപ്പുറത്തെ മുറിയിലും ഉള്ള ഓഫീസുകളിലേക്ക് നടന്നുപോകുന്നവർ മാത്രമാണ് ശല്യം.

അവർക്ക് വാതിലിലൂടെയും ജനാലയിലൂടെയും ഒറ്റമുറി ഓഫീസ് മൊത്തം കാണാം.

ജെസിമോളെ മനസമാധാനത്തോടെ ഒന്ന കെട്ടിപ്പിടിച്ച് ഉമ്മ വയ്ക്കാൻ ബ്യൂറോ ചീഫ് മാർത്താണ്ഡൻ ഇതുവരെ കഴിഞ്ഞിട്ടില്ല.

വരാന്തയിലൂടെ ഏതെങ്കിലുമൊരുത്തൻ അപ്പോൾ നടന്നുവരുന്നുണ്ടാകും.

അവൻ സദാചാരപോലീസുകാരന്റെ പോലെ ഒരു നോട്ടവും ഉതിർക്കും.

ഗ്ലാസ് വിൻഡോയും ഗ്ലാസ് ഡോറും സൺഫിലിം വാങ്ങി ഒട്ടിച്ചാലോ എന്നാലോചിച്ചതാണ്.

പക്ഷേ ഹെഡ് ഓഫീസിൽ നിന്ന് വിസിറ്റിങ്ങിന് വരുന്ന വിക്രമൻ നായർ സമ്മതിക്കില്ല.

ഒരിക്കൽ കർട്ടനിട്ടത് ആ ദുഷ്ടൻ അഴിച്ചുമാറ്റിച്ചു.

അതൊരു ദുരന്തകഥയാണ്.

മുപ്പത്താറിന്റെ മാദകത്വം അഴിച്ചുവിട്ട് ജെസിമോൾ പ്രലോഭനം തുടർന്നുകൊണ്ടിരുന്നപ്പോൾ സഹികെട്ട് മാർത്താണ്ഡൻ ഒരു വൈകുന്നേരം കർട്ടൻ വാങ്ങി വാതിലിനും ജനലിലും തൂക്കിയിട്ടു.

ആ വൈകുന്നേരം ജെസിമോൾ പോകുന്നതിന് തൊട്ടുമുമ്പാണ് ഈ സംഭവമെന്നതിനാൽ കിട്ടിയ സമയം വിനിയോഗിച്ച് ബ്യൂറോ ചീഫ്

മാർത്താണ്ഡൻ അവളുടെ നിതംബത്തിൽ പിടിച്ച് ഞെക്കുകയും മുലകളിൽ പിടിച്ച് പീച്ചുകയും ചെയ്തു.

പാന്റിന്റെ സിബ്ബെഴിച്ച് അവൾ വദനതസുരതത്തിന് കോപ്പുകൂട്ടവേയാണ് സോറിയാസിസുകാരനായ വ്യാജവൈദ്യൻ പരസ്യവും കൊണ്ട് വന്നത്.

അയാളോട് ഒടുക്കത്തെ കലിപ്പ് തോന്നിയെങ്കിലും മലയാളക്കാഴ്ചക്ക് പരസ്യം തരുന്ന രണ്ട് പരസ്യദാതാക്കളിൽ പ്രമുഖനാണ് അയാൾ എന്നതുകൊണ്ടുമാത്രം മാർത്താണ്ഡൻ ക്ഷമിച്ചു.

പിറ്റേന്ന് ആരോ പറഞ്ഞയച്ചിട്ടെന്നപോലെ ഹെഡ് ഓഫീസിൽ നിന്ന് വിക്രമൻ നായർ വന്നു.

കൈയോടെ കർട്ടൻ അഴിപ്പിച്ചു.

നഗ്നരാക്കപ്പെട്ടവരെപ്പോലെ മാർത്താണ്ഡനും ജെസിമോളും ചൂളിയിരുന്നു.

ഇപ്പോൾ മേശമേൽ ചോറുപാത്രം തുറന്ന് കറികൾ നിരത്തി മാർത്താണ്ഡൻ ജാഗരൂകനായി.

കായും അച്ചിങ്ങയും മെഴുക്കുപുരട്ടി, മുട്ടത്തോരൻ, അവിയൽ... അടിപൊളി.

മേശപ്പുറത്തെ ലാപ്ടോപ്പിൽ ഫേസ്ബുക്ക് ഓൺ ആയി കിടന്നു.

സകല അലവലാതികളുടേയും മൈ സ്റ്റോറി വന്ന് മിന്നുന്നു.

രാവിലെ എഴുന്നേറ്റ് കക്കൂസിൽ പോയതും പല്ലുതേച്ചതുമൊക്കയാണ് ഓരോരുത്തരുടേയും മൈസ്റ്റോറി.

സുക്കർബർഗ് ഇന്ത്യയിൽ കുറെ നിർഗുണന്മാരെ സൃഷ്ടിച്ചെടുക്കാനുള്ള കൊണ്ടുപിടിച്ച ശ്രമമാണ്.

ഒരു നരിന്ത് പയ്യൻ കോക്രി കാണിച്ചുനിൽക്കുന്നു

അവന് ആയിരത്തഞ്ഞൂറ് ലൈക്ക്, എഴുന്നൂറ് ഷെയറ്.

അമ്മിക്കല്ലേൽ ചമ്മന്തിയർക്കുന്ന ദീപാമണി കെ എസ്കെയുടെ സെൽഫി.

ആറായിരം ലൈക്ക്, മൂവായിരം കമന്റ്, നാലായിരത്തഞ്ഞൂറ് ഷെയറ്

മാർത്താണ്ഡനും കൊടുത്തു അവൾക്കൊരു ലൈക്ക്.

ഒരു കമന്റുമിട്ടു .. "നൈസ് ചക്കുടു.."

ഏതവളാണെന്നാർക്കറിയാം.

" ഇന്ന് സാറിനെന്താ കറി?"

ജെസിമോൾ ചോറുപാത്രം തുറന്നുകൊണ്ട് മാർത്താണ്ഡനരികിലേക്ക് കസേര വലിച്ചിട്ട് ഇരുന്നു.

" ദാ ഇതൊക്കെയാ ഭാർഗവിയുടെ സെപ്ഷൽ..ഇന്നെന്താ ജെസിക്ക് സെപ്ഷൽ..?"

" ചിക്കൻ കറി."

" ഗോഡ്.."

ജെസി ഒരു ചിക്കൻ പീസ് മാർത്താണ്ഡന്റെ പ്ലേറ്റിലേക്കിട്ടു.

ചിക്കൻ ചവച്ചുകൊണ്ട് അയാൾ പറഞ്ഞു

" ആൺതുണയില്ലാത്ത പെണ്ണുങ്ങൾ ചിക്കൻ കഴിക്കരുത്."

" അതെന്താ?"

" അതങ്ങനാ."

" അതെന്താന്ന് പറയ്."

ജെസി ചിണുങ്ങി.

" വേറൊന്നുമില്ല, വികാരവിജ്യംഭിതരാകും. അത്രതന്നെ. പിന്നെ വികാരമടക്കാൻ പല വഴികളും അന്വേഷിക്കേണ്ടി വരും. എല്ലാം കഴിഞ്ഞ് ഒരു മീറ്റുവുമായി രംഗത്ത് വരും."

" ഒന്നു പോ സാറെ.."

ജെസി പൊട്ടിച്ചിരിച്ചുകൊണ്ട് മാർത്താണ്ഡന്റെ തുടയിൽ അടിച്ചു.

അന്നേരം അപ്പുറത്തെ ഓഫീസ് മുറിയിലെ കോലുമിറായിപോലത്തെ പ്യൂൺ ചുമയുണ്ടാക്കിക്കൊണ്ട് വരാന്തയിലൂടെ നടന്നുപോയി.

മാർത്താണ്ഡൻ ഫേസ്ബുക്ക് സ്ക്രോൾ ചെയ്തു.

കഥാകൃത്ത് നിഖിൽ ശരവണന്റെ പുതിയ പുസ്തകം റിലീസ്.

ഒറ്റലൈക്ക് പോലുമില്ല.

അവന്റെയൊരു പൊത്തകം. അവന് ലൈക്ക് കൊടുക്കുന്നില്ല.

മാർത്താണ്ഡൻ അടുത്ത സ്റ്റോറിയിലേക്ക് കടന്നു.

രണ്ട് സൊയമ്പൻ പെൺമക്കളേയും കെട്ടിപ്പിടിച്ച് ഇടിവെട്ട് ഭാര്യയുമായി ഒരു കരിമോറന്റെ ഫാമിലി സെൽഫി.

കാക്കാലച്ചിറയിൽ കുളിച്ചുകൊണ്ടുനിൽക്കുകയാണ് പാർട്ടീസ്.

എണ്ണായിരം ലൈക്ക്.

"മോർഫ് ചെയ്യാൻ പറ്റിയ പെൺമക്കളും പെണ്ണുമ്പിള്ളേം...ഇളിച്ചോണ്ടു നിന്നോ.."

മാർത്താണ്ഡൻ ആത്മഗതം ചെയ്തു.

അപ്പോൾ ഒരു ലൈവ് വീഡിയോ വന്നു.

ശകുന്തള മാസികയുടെ വനിതാ എഡിറ്റർ വിദ്യ.എസ്. മേനോനാണ്.

കോർപറേറ്റ് സ്വാമി കുക്കുടാനന്ദസുനികളുടെ മാസികയാണ് ശകുന്തള.

കോർപരേറ്റ് സ്വാമിമാർക്ക് ചാകരക്കാലമായതുകൊണ്ട് കുക്കുടാനന്ദസുനികൾക്ക് വച്ചടിവച്ചടി കയറ്റമാണ്.

കരഞ്ഞുവീർത്ത മുഖവുമായി വിദ്യ. എസ്. മേനോന്റെ ആ ഫേസ്ബുക്ക് ലൈവ് അത്ര പന്തിയല്ലെന്ന് മാർത്താണ്ഡന് തോന്നി.

അയാൾ ജാഗരൂകനായി വിദ്യ പറയുന്നത് ശ്രദ്ധിച്ചു.

".. എല്ലാവരും കേൾക്കണം. എന്റെ പേര് വിദ്യ.എസ്.മേനോൻ. ഞാൻ വലിയ പ്രതിസന്ധിയിലാണ്. സ്വാമി കുക്കുടാനന്ദസുനികൾ ഒരു പരനാറിയാണ്. അയാൾക്ക് അമ്മപെങ്ങഌരെയൊന്നും തിരിച്ചറിയാൻ കഴിയില്ല. അയാളുടെ ശകുന്തള മാസികയുടെ എഡിറ്റർ പണി ഏറ്റെടുത്തു എന്ന ഒരു തെറ്റേ ഞാൻ ചെയ്തിട്ടുള്ളൂ. ഞാൻ ഇവിടെ വന്നിട്ട് മൂന്നുമാസമായി. വേറേ ഒരു സ്റ്റാഫിനെ പോലും വച്ചിട്ടില്ല. എന്റെ കൈയിൽ നിന്ന് പണം മുടക്കിയാണ് മാസികയ്ക്ക് വേണ്ട ഫീച്ചറും മറ്റു ഫോട്ടോസും ശേഖരിക്കുന്നത്. പത്തുരൂപ പോലും ശമ്പളമായി ഈ സ്വാമി നാറി എനിക്ക് തന്നിട്ടില്ല. ഞാൻ പ്രതിഷേധിച്ചതിനാൽ ഇന്നലെ മുതൽ ഒരു കുടുസുമുറിയിൽ ഇയാൾ എന്നെ അടച്ചിട്ടിരിക്കുകയാണ്. നിങ്ങൾക്കറിയാമോ ഇന്നലെ രാത്രി അയാളെന്നെ ക്രൂരമായി ബലാത്സംഗം ചെയ്തു. എന്റെ ജീവിതം നശിപ്പിച്ചു. ഇയാൾക്ക് ഗുണ്ടകളുണ്ട്. രാഷ്ട്രീയസ്വാധിനമുണ്ട്. എന്റെ വീട്ടുകാരെ ഇയാൾ നശിപ്പിച്ചുകളയുമെന്ന് പറയുന്നു. ഇയാളെ പറ്റി പലതും എനിക്കറിയാം. ഇയാൾ ഒരു പ്ലസ്റ്റുക്കാരി പെൺകുട്ടിയെ നശിപ്പിച്ചിട്ടുണ്ട്. ഒരു വിധവയുടെ വീട്ടിലെ സ്ഥിരം രാത്രി സന്ദർശകനാണ് ഇയാൾ. ഇയള്ളുടെ കിന്നാരം ദാഹശമനിയിൽ ജോലിക്ക് വരുന്ന സ്ത്രീകളുടെ മുലക്ക് പിടിക്കലും വയറ്റത്ത് ഇക്കിളിയാക്കലും ഈ സ്വാമിയുടെ സ്ഥിരം പതിവാണ്. ഇയാളുടെ

ഇരുപത്തെട്ട് കോടിയുടെ ആശ്രമം പണിത കോണ്ട്രാക്ടർക്ക് പത്തുരൂപപോലും ഇയാൾ കൊടുത്തില്ല. ആ മനുഷ്യൻ കടം കയറി ആത്മഹത്യ ചെയ്തു. ഇയാളുടെ കോർപറേറ്റ് ആശ്രമത്തിന്റെ ശാഖോപശാഖകൾ വിദേശരാജ്യങ്ങളിലേക്ക് പടർത്താൻ വേണ്ടി ചിലരെ പ്രീതിപ്പെടുത്തണമെന്നും അതിന് ഞാൻ കിടന്നുകൊടുക്കണമെന്നും പറയുന്നു. ഇന്നലെ ആ നാറി സ്വാമി ചെയ്തുകൂട്ടിയതാണിതൊക്കെ.."

അതുപറഞ്ഞുകൊണ്ട് വിദ്യ. എസ്.മേനോൻ പൊട്ടിയ ചുണ്ടും ദന്ത ക്ഷതങ്ങളുള്ള മുലകളും നഖപ്പാടുകളാൽ ചുവന്ന തുടകളും കാണിച്ചുകൊടുത്തു,

ആവേശഭരിതനായ മാർത്താണ്ഡൻ ജെസിമോളുടെ മുലകളെ പിടിച്ച് ഞെരിച്ചു.

" ആവൂ....വേദനിക്കുന്നു.."

ജെസി ചിണുങ്ങി.

പാവാട് താഴ്ത്തിയിട്ട് വിദ്യ. എസ്.മേനോൻ തുടർന്നു:

" ഇത് ഫേസ്ബുക്കിലെ പരനാറികളായ കുറെ നയനഭോഗികൾക്കുള്ള എന്റെ സമ്മാനമാണ്."

മാർത്താണ്ഡന്റെ മുഖം വിളറി.

അങ്ങേരുടെ ആവേശം കെട്ടടങ്ങി.

ജെസിയുടെ മുലയിലെ പിടി വിട്ടു.

ജെസി ചുരിദാറിന്റെ ഷാൾ നേരെയാക്കിയിട്ടു.

മാർത്താണ്ഡൻ പ്രതിഷേധത്തോടെ ആ ലൈവ് ഓഫ് ചെയ്യാൻ മുതിരവേ വിദ്യ പറഞ്ഞു:

" ആരും ഈ ലൈവ് വിട്ടുപോകരുത്. കാരണം സ്വാമി കുക്കുടാനന്ദസുനികൾ എന്നെ വീണ്ടും ബലാത്സംഗം ചെയ്യാൻ ഇപ്പോൾ വരുന്നുവെന്ന് അറിയിച്ചിട്ടുണ്ട്. ആ തത്സമയ ബലാത്സംഗം കാണാൻ നിങ്ങളേവരേയും ഞാൻ ഈ ഫേസ്ബുക്ക് ലൈവിലേക്ക് സ്വാഗതം ചെയ്യുന്നു.."

അവൾ പറഞ്ഞുനിർത്തിയതിന് തൊട്ടുപിന്നാലെ മുറിയുടെ വാതിൽ തുറന്ന് കുക്കുടാനന്ദസുനികൾ അകത്ത് വന്നു.

വിദ്യ ഭയപ്പാടോടെ തിരിഞ്ഞുനോക്കി.

അവൾ വീഡിയോ വിടുന്ന മൊബൈൽ എവിടെയോ ഒളിപ്പിച്ചുവച്ചിരിക്കുകയാണ്.

കുക്കുടാനന്ദസുനികൾ അത് കണ്ടിട്ടില്ല.

വന്നപാടെ സ്വാമികൾ വിദ്യയുടെ കരണത്ത് തെരുതരെ നാലഞ്ചടി കൊടുത്തു.

വിദ്യ കൈകൂപ്പി കരയുന്നുണ്ട്.

" സ്വാമി, പ്ലീസ്..എന്നെ ഇനിയും ഉപദ്രവിക്കരുത്.."

" പുലയാടിമോളെ, നീ മിണ്ടരുത്..നീ നമുക്കെതിരെ എന്ത് മൈരാണ് ചെയ്യാൻ പോകുന്നതെന്ന് നമുക്കൊന്ന് കാണണം."

അതുപറഞ്ഞ് സ്വാമി കാവിജുബ്ബയും മുണ്ടും അഴിച്ച് വലിച്ചെറിഞ്ഞ് നഗ്നനായി.

അയാളുടെ ലിംഗവലുപ്പം കണ്ട് മാർത്താണ്ഡൻ ഞെട്ടിപ്പോയി.

അങ്ങേര് ജ്വരം ബാധിച്ചവനെപ്പോലെ പിറുപിറുത്തു.

" ഈ സ്വാമി സ്വാമിയാണോ..അതോ വല്ല പോൺസ്റ്റാറുമാണോ.. ഇയാള് കടുക്കവെള്ളമൊന്നും കുടിക്കാറില്ലേ.."

മാർത്താണ്ഡൻ ജെസിയെ നോക്കി.

അവളുടെ കണ്ണുകൾ സ്ക്രീനിൽ തങ്ങി തിളങ്ങി നിൽക്കുന്നു.

" ജെസിമോളേ അതൊന്നും നീ എല്ലാവരിൽ നിന്നും പ്രതീക്ഷിക്കരുത്. അക്കാര്യത്തിൽ ഞാൻ വളരെ നിസഹായനാണ്. മാക്സിമം ആറിഞ്ച്.."

മാർത്താണ്ഡൻ ഗദ്ഗദത്തോടെ വെളിപ്പെടുത്തി.

ജെസി നാണത്തോടെ തല താഴ്ത്തി.

# 7

# അധ്യായം 7

ഫേസ്ബുക്ക് ലൈവിൽ ബലാത്സംഗം പുരോഗമിക്കുന്നു.

പൂർണനഗ്നനായ സ്വാമി കുക്കുടാനന്ദസുനികൾ വിദ്യയുടെ ഉടുപുടവകൾ ഓടിനടന്ന് പിച്ചിച്ചീന്തിയെറിഞ്ഞു.

അനാവൃതമായ ഉടലോടെ മാൻപേടയെപ്പോലെ വിറച്ചുകൊണ്ട് വിദ്യ.എസ്.മേനോൻ ഒരു മൂലയിൽ കരച്ചിലോടെ പതുങ്ങി നിന്നു.

സ്വാമി അവളെ നിലത്തേക്ക് വലിച്ചിട്ടു.

കത്രികപ്പൂട്ടുപോലെ അവൾ കാലുകൾ പിണച്ചുവച്ചത് അയാൾ ബലം പ്രയോഗിച്ച് അകറ്റി.

തുടകൾക്കിടയിലേക്ക് അരക്കെട്ട് തള്ളിക്കയറ്റിക്കൊണ്ട് ഇരുകൈകൾ കൊണ്ടും അവളുടെ കൈകൾ നിലത്തേക്ക് പറ്റിച്ച് ബലമായി വച്ചു.

അയാൾ ബലമായി അവളിലേക്ക് പാഞ്ഞു കയറി.

വിദ്യയുടെ നിലവിളി മുഴങ്ങി.

തലേന്നു രാത്രിയിലെ ആക്രമണത്തിൽ മുറിഞ്ഞ അവളുടെ പഴുത്ത മുറിവുകളിലൂടെയും വ്രണങ്ങളിലൂടെയും അയാൾ ഊളിയിട്ടിറങ്ങി.

ഫേസ്ബുക്ക് ലൈവിന് അപ്പോൾ ഇരുപത്തയ്യായിരത്തിലധികം വ്യൂവേഴ്സും അത്രതന്നെ ലൈക്കും വന്നു.

" ഫന്റാസ്റ്റിക്.."

" ഐ ക്യാൻ ഫക്ക് ഹേർ.."

" സ്വാമി ഗോ റ്റു ഹേർ ഹെവൻ.."

തുടങ്ങിയ കമന്റുകൾ വന്നു നിറഞ്ഞു.

ഇരുപതുമിനിറ്റ് നീണ്ടുനിന്ന പ്രയത്നത്തിനൊടുവിൽ സ്വാമിക്ക് സ്ഖലനം സംഭവിച്ചു.

വിദ്യ അയാളുടെ ശരീരഭാരം തടുക്കാനാകാതെ അടിയിൽ തളർന്നുകിടന്നു.

സ്ഖലനാന്തരം സ്വാമി കുക്കുടാനന്ദസുനികൾ എഴുന്നേറ്റു നിന്നു.

അവൾക്കിരുവശത്തുമായി കാലുകൾ വച്ച് കവച്ച് നിന്നുകൊണ്ട് താഴെ നിസഹായയായിക്കിടന്ന അവളുടെ മേൽ കാറിത്തുപ്പി.

എന്നിട്ട് കുക്കുടാനന്ദസുനികൾ ഇങ്ങനെ പറഞ്ഞു:

" നമ്മെപ്പറ്റി നീയിപ്പോൾ എന്തു വിചാരിക്കുന്നു. യഥാർത്ഥ ബ്രഹ്മത്തെ അറിഞ്ഞില്ലേ..ഉവ്വോ..?"

അയാൾ ഒരു വഷളൻ ചിരി ചിരിച്ചു.

വിദ്യ അയാളുടെ ലിംഗ സ്വരൂപത്തെ നോക്കി.

എന്നിട്ട് നിർവികാരയായി പറഞ്ഞു:

" ഇല്ല. ഞാൻ ഒരു ബ്രഹ്മാണ്ഡത്തെയാണ് അറിയാൻ പോകുന്നത്."

" എന്ത്...എങ്ങനെ..?"

അതയാൾക്ക് മനസിലായില്ല.

മനസിലാക്കാനാകുന്നതിന് മുമ്പ് വിദ്യ കാലുകൾ ഉയർത്തി സ്വാമിയുടെ ഗുഹ്യഭാഗത്ത് ആഞ്ഞുതൊഴിച്ചു.

വൃഷണത്തിന്റേറ്റ ആഘാതം കൊണ്ട് സ്വാമി അലർച്ചയോടെ കുനിഞ്ഞതും അരികത്തെ വെങ്കലപ്പൂപ്പാത്രം കൈയെത്തിച്ച് എടുത്ത് അവൾ അയാളുടെ തലയ്ക്ക് ആഞ്ഞൊരടി കൊടുത്തു.

അതോടെ കുക്കുടാനന്ദസുനികൾ ബോധം കെട്ടുവീണു.

വിദ്യ അയാളെ മലർത്തിയിട്ടു.

അവൾ എഴുന്നേറ്റു വന്ന് മേശവലിപ്പു തുറന്ന് ഒരു കത്തിയെടുത്തു.

ബോധരഹിതനായി കിടന്ന കുക്കുടാനന്ദസുനികളുടെ ലിംഗം കടവച്ച് അവൾ മുറിച്ചെടുത്തു.

ചോര ചീറ്റിയൊഴുകി.

സ്വാമി ബോധം വീണ് പിടഞ്ഞെഴുന്നേല്ക്കാൻ ശ്രമിച്ചു.

അവൾ വെങ്കലപ്പൂപ്പാത്രം കൊണ്ട് ഒരടി കൂടി കൊടുത്തു.

രക്തം ഇറ്റുവീഴുന്ന ലിംഗവുമായി അവൾ ക്യാമറക്ക് മുന്നിൽ വന്നു നിന്നു.

എന്നിട്ടു പറഞ്ഞു:

" എല്ലാ നായിന്റെ മക്കൾക്കും തൃപ്തിയായല്ലോ. ഇത് ആ നാറി ഇനി തുന്നിച്ചേർക്കാൻ ഞാൻ അനുവദിക്കില്ല. ഇതവന്റെ ലാബ്രഡോർ പട്ടിയെക്കൊണ്ട് ഞാൻ തീറ്റിക്കും. ഈ ഫേസ്ബുക്കിൽ ലൈവിൽ പങ്കെടുത്ത എല്ലാ നാറികൾക്കും നല്ലനമസ്കാരം."

വിദ്യയുടെ ഫേസ്ബുക്ക് ലൈവ് ഓഫായി.

മാർത്താണ്ഡൻ വിയർത്തുപോയി.

ജെസിമോൾ അയാളെ ഒരു വല്ലാത്തഭാവത്തിൽ നോക്കി.

അതുകണ്ട് അയാൾ മുൻവശം പൊത്തിപ്പിടിച്ച് അല്പം നീങ്ങിയിരുന്നു.

൭

അന്നു രാത്രി മലയാളക്കാഴ്ച ദിനപ്പത്രത്തിന് വേണ്ടി രണ്ട് ഹോട്ട് സ്റ്റോറികളാണ് തയ്യാറായത്.

ഒന്ന് ജെസിമോൾ വേലക്കടവ് ആദ്യമായി എഴുതിയ ഫീച്ചർ; "പെൺ ജേർണലിസ്റ്റുകൾ തൊഴിലിടങ്ങളിൽ നേരിടുന്ന ലൈംഗികപീഡനങ്ങൾ."

രണ്ട് സ്പെഷ്യൽ കറസ്പോണ്ടന്റ് മാർത്താണ്ഡൻ എഴുതിയ ഫീച്ചർ; "സ്വാമി തന്നെ ബലാത്സംഗം ചെയ്തു; ഒരു വനിതാ എഡിറ്ററുടെ വെളിപ്പെടുത്തൽ."

പിറ്റേന്ന് ഹോട്ട് ഫീച്ചറുകളാൽ സമ്പന്നമായാണ് മലയാളക്കാഴ്ച ദിനപ്പത്രം പുറത്തിറങ്ങിയത്.

www.ingramcontent.com/pod-product-compliance
Lightning Source LLC
Chambersburg PA
CBHW031248130726
47988CB00008B/3289